ദൈവത്തിന്റെ മകൾ

daivathinte makal
poems
•
vijayarajamallika
•
first edition
january 2018
•
revised second edition
january 2020
•
published
chintha publishers, thiruvananthapuram
•
typesetting
star communications, thiruvananthapuram
•
cover
midas
•
illustration
ratheesh vincent

Distribution
DESHABHIMANI BOOK HOUSE
H O Thiruvananthapuram 695035
phone: 0471-2303026, 6063026
Email: chinthapublishers@gmail.com
Website: www.chinthapublishers.com

Branch
Head Office Kunnukuzhi • Statue Thiruvananthapuram • KSRTC Bus Station Alappuzha • KSRTC Bus Station Ernakulam • Machingal Lane Thrissur • IG Road Kozhikode • Mavoor Road Kozhikode • NGO Union Building Kannur • Central Bus Terminal Complex Thavakkara Kannur

CR - 2158 / 5193
ISBN - 978-93-86637-79-6

ദൈവത്തിന്റെ മകൾ

(കവിത)

വിജയരാജമല്ലിക

ചിന്ത പബ്ലിഷേഴ്സ്
തിരുവനന്തപുരം-695 035

വിജയരാജമല്ലിക

1985 ൽ തൃശൂർ ജില്ലയിലെ മുതുവറയിൽ ജനനം.

അച്ഛൻ: വൈ കൃഷ്ണൻ (റിട്ട. സീനിയർ സൂപ്രണ്ട്. കെ എസ് ഇ ബി). അമ്മ: ജയ കൃഷ്ണൻ (അദ്ധ്യാപിക). പുറനാട്ടുകര കേന്ദ്രീയ വിദ്യാലയത്തിൽ പ്രാഥമിക വിദ്യാഭ്യാസം. 2005 ൽ കാലിക്കറ്റ് സർവ്വകലാശാലയിൽനിന്നും രണ്ടാം റാങ്കോടെ ഡബിൾമെയിനിൽ ബിരുദം. 2009 ൽ ഫസ്റ്റ് ക്ലാസോടെ രാജഗിരി കോളേജിൽനിന്നും MSW. NCCI യ്ക്കു വേണ്ടി ഇന്ത്യൻ പര്യടനം നടത്തിയിട്ടുണ്ട്. വിവിധ മത സംഘടനകൾക്കിടയിൽ സാമൂഹ്യപ്രവർത്തനം നടത്തി വരുന്നു. മലയാളത്തിലെ ആദ്യ ട്രാൻസ്ജെന്റർ കവി.

വിലാസം : കണിയാംകോണത്ത് അമ്പാടി
മുതുവറ
പുഴയ്ക്കൽ പി ഒ
തൃശൂർ - 680553
മൊബൈൽ : 9495712895
email : vijayarajamallika58@gmail.com

ഉള്ളടക്കം

പ്രസാധകക്കുറിപ്പ്

മലയാളത്തിന്റെ ആദ്യ ട്രാൻസ്ജെന്റർ കവിയായി അടയാളപ്പെടുത്തപ്പെട്ട വിജയരാജമല്ലികയുടെ ആദ്യ കാവ്യസമാഹാരമാണിത്. ആൺ/പെൺ ദ്വന്ദ്വവിഭജനങ്ങൾക്കപ്പുറമുള്ള ശരീരത്തിന്റെയും മനസ്സിന്റെയും വിശാലമായ ഒരു ലോകത്തെയാണ് വിജയരാജമല്ലിക തന്റെ കവിതകളിലൂടെ അവതരിപ്പിക്കുന്നത്. ഹൃദയം കൊണ്ട് വായിക്കേണ്ട ഈ വരികൾക്ക് ചരിത്രപരവും രാഷ്ട്രീയവുമായ പ്രസക്തിയുണ്ടെന്ന് ഞങ്ങൾ കരുതുന്നു. വായനക്കാർ ഈ പുസ്തകത്തെ സ്വീകരിക്കുമെന്ന് ഞങ്ങൾക്കുറപ്പുണ്ട്.

ചിന്ത പബ്ലിഷേഴ്സ്

ഞാൻ ദൈവത്തിന്റെ മകൾ

വീടും കുടുംബവും ബന്ധുമിത്രങ്ങളും പുറന്തള്ളിയപ്പോൾ വെളിച്ചം ഏന്തി കൈത്താങ്ങായി വന്നത് ദൈവം മാത്രമാണ്. ആദ്യം അറിയേണ്ടവർ ആൺമയുടെ അരക്കില്ലങ്ങൾക്കുള്ളിൽ ബന്ധിക്കാൻ മുതിരവെ സ്വന്തം മകളായി ഏറ്റെടുത്തു സാന്ത്വനമേകിയത് ദൈവം മാത്രം. ഉൾക്കരുത്തും ഊർജ്ജവും നല്കി അനാരോഗ്യത്തിലും ആശ്വാസമായതും ദൈവം മാത്രം. 32 വർഷങ്ങൾ പരീക്ഷണം അല്ല. പക്ഷേ, സർവ്വവ്യാപിയായ ദൈവത്തിന്റെ പദ്ധതി മാത്രമായിരുന്നു. സങ്കീർണ്ണതകളെ സങ്കീർത്തനങ്ങൾ ആക്കി ഓരോ നിമിഷവും പോരാടി ജീവിതത്തിൽ വിജയം കൈവരിക്കുമ്പോഴും വസന്തസേനന്റെ പ്രാണഹർഷങ്ങൾക്കായി ഈ രാജമല്ലിക കാത്തു നില്ക്കും. അഭിമാനത്തോടെ നെഞ്ചിൽ കൈവച്ച് പറയുന്നു: “ഞാൻ സഹജ – ദൈവത്തിന്റെ മകൾ.”

ആണെഴുത്തും പെണ്ണെഴുത്തും ഉണ്ടോ എന്നറിയില്ല. പക്ഷേ, ദ്വന്ദ്വലോകത്തിനപ്പുറം അടയാളപ്പെടുത്താത്ത വൈവിദ്ധ്യമാർന്ന മാനസിക വ്യാപാരങ്ങളുണ്ട്. അവയുടെ നിഴലാട്ടങ്ങളെയും രേഖപ്പെടുത്തി ഭാഷയുടെ ശക്തി ഊർജ്ജവുമായി ട്രാൻസ് കവിതകൾ നിലനില്ക്കേണ്ട ഈ കാലഘട്ടത്തിൽ ചിന്ത പബ്ലിഷേഴ്സിന് എന്റെ നന്ദിയും എല്ലാവിധ ആശംസകളും നേരുന്നു.

ഭാഷയുടെ അളവുകോൽ കൊണ്ടല്ലാതെ ഹൃദയം കൊണ്ടു മാത്രം വായിക്കുക– വരികൾക്കിടയിലൂടെ വായിക്കുക. എഴുതാതെയും പറയാതെയും പോയ നിശ്ശബ്ദതയുടെ പ്രതിദ്ധ്വനികളായി നെഞ്ചോടു ചേർക്കുക.

വിജയരാജമല്ലിക

കാവ്യബോധത്തിന്റെ മൂന്നാംവീട്

ആയിരം അസ്വാസ്ഥ്യങ്ങളുടെ ആഴങ്ങളിലും പോരാട്ടമുഖങ്ങളിലും നിന്നുകൊണ്ടാണ് വിജയരാജമല്ലിക കവിതയുടെ അസ്വാസ്ഥ്യങ്ങൾക്കു കൂടി തീ കൊളുത്തുന്നത്.

ആണോ പെണ്ണോ എന്ന പ്രാഥമിക സംഘർഷം. ആണിനും പെണ്ണിനുമപ്പുറം മറ്റൊരു വ്യക്തിത്വത്തിന്റെ ആവിഷ്കാരത്തെ *മനുസ്മൃതി*യും മതഗ്രന്ഥങ്ങളും കൈയിലേന്തിയ സമൂഹത്തെ ബോദ്ധ്യപ്പെടുത്താനുള്ള സംഘർഷം. ഇതിനിടയിൽ കൃത്യവാക്കിനു വേണ്ടിയുള്ള അലച്ചിൽ. കവിതയെത്തന്നെ പതാകയാക്കി ഉയർത്താനുള്ള പരിശ്രമം. വിജയരാജ മല്ലിക തോറ്റുകൊടുക്കാൻ മനസ്സില്ലാത്ത മഷി കൊണ്ടാണ് കവിതകൾ കുറിക്കുന്നത്.

സ്ത്രീത്വത്തെപ്പോലും അംഗീകരിക്കാത്ത പുരുഷകേന്ദ്രീകൃതമായ ഒരു വ്യവസ്ഥയാണ് ഇന്ത്യക്ക് ഇപ്പോഴുമുള്ളത്. യുയുത്സു, ബൃഹന്ദള തുടങ്ങിയ വ്യാസ സൃഷ്ടികളെപ്പോലും കഥകളിലൊതുക്കിയ ഭാസുരമല്ലാത്ത ഭാരതം. കടന്നാക്രമിച്ച പുരുഷനെ പകയോടെ പരാജയപ്പെടുത്താൻ ആൺ പെൺ വേഷങ്ങളഴിച്ചെറിഞ്ഞ് യുദ്ധഭൂമിയിൽ, നേർവഴിയിൽ കയറിനിന്ന സവിശേഷവ്യക്തിത്വത്തെ അവഹേളനത്തിന്റെ മുദ്രകുത്തി റെയിൽവേ സ്റ്റേഷനുകളിൽ തെണ്ടാനയച്ച പില്ക്കാലഭാരതം. അവർ സംഘടിക്കുകയാണ്; രാഷ്ട്രീയ സാംസ്കാരിക രംഗങ്ങളിൽ ഇടപെടുകയാണ്.

വിജയരാജമല്ലികയുടെ 'കുറ്റിച്ചൂളാൻ പാടുന്നതുപോലെ' എന്ന കവിത ഫേസ് ബുക്കിലെ ഇന്നുവായിച്ച കവിതയിൽ,

വായനയ്ക്കായി സമർപ്പിച്ചിരുന്നു. വാക്കുകളെ ധൈര്യ ത്തോടെ തെരഞ്ഞെടുത്ത് പ്രയോഗിച്ചിട്ടുള്ള ഈ കവിത വായനക്കാർ ശ്രദ്ധയോടെയും സ്നേഹത്തോടെയുമാണ് സ്വീകരിച്ചത്. വാക്കുകളെ സംയോജിപ്പിച്ച് ഇതുവരെ ആരും പകർത്താത്ത ജീവിത പ്രതിസന്ധികളെ ആവിഷ്കരിക്കാൻ മല്ലികയ്ക്കുള്ള കഴിവ് പ്രശംസനീയമാണ്. ട്രാൻസ്ജെന്റർ സ്നേഹിതർക്കായി ഞാനെഴുതിയ കവിതയ്ക്ക് ശീർഷക മായി തെരഞ്ഞെടുത്ത Mx എന്ന പുതിയ വാക്ക് മല്ലികയുടെ കണ്ടെത്തലായിരുന്നു.

മരണാനന്തരം എന്ന മല്ലികക്കവിത, സമൂഹത്തിന്റെ കാഴ്ച പ്പാടിനെ വാക്കായുധംകൊണ്ട് വിചാരണ ചെയ്യുമ്പോൾ ഭഗ്നകാമാങ്കിതയിൽ നോവിനെ കാവ്യവല്ക്കരിക്കുന്നു.

മല്ലികയുടെ കവിതകൾ വിശിഷ്ട സൗന്ദര്യമുള്ളവയാണ്. കാവ്യബോധത്തിന്റെ മൂന്നാം വീട്; അഭിവാദ്യങ്ങൾ.

കുരീപ്പുഴ ശ്രീകുമാർ

അവതാരിക

കെ ആർ മീര

കുട്ടിക്കാലത്ത് എപ്പോഴോ ആണ് പരകായ പ്രവേശത്തെക്കുറിച്ചുള്ള കഥ കേട്ടത്. സർവ്വജ്ഞപീഠം കയറാനുള്ള വ്യഗ്രതയിൽ രതി എന്താണെന്ന് പഠിക്കാൻ ഒരു രാജാവിന്റെ ശരീരത്തിൽ പ്രവേശിച്ച ഋഷിവര്യന്റെ കഥയാണത്. രതി അനുഭവിച്ച് സ്വന്തം ശരീരം കളങ്കിതമാക്കാനുള്ള ധൈര്യം സന്ന്യാസിക്ക് ഉണ്ടായിരുന്നില്ല. അതുകൊണ്ട് മരിച്ചുപോയ രാജാവിന്റെ ശരീരത്തിൽ കയറിക്കൂടി. ചിതയിൽനിന്ന് എഴുന്നേറ്റു രാജാവ് നേരെ അന്ത:പുരത്തിലേക്കു പോയി. രാജ്ഞിയുമായി ഇണചേർന്നു. രതിയെക്കുറിച്ചും ശരീരങ്ങളുടെ അദ്വൈതത്തെക്കുറിച്ചും പഠിക്കേണ്ടതെല്ലാം പഠിച്ചു.

എന്നെ ആ കഥ വല്ലാതെ അലട്ടി. അങ്ങനെ എന്തെങ്കിലും എനിക്ക് സംഭവിക്കുമോ എന്ന് ഞാൻ വേവലാതിപ്പെട്ടു. ഏതെങ്കിലും സന്ന്യാസിയോ ദുർമ്മന്ത്രവാദിയോ എന്റെ ശരീരത്തിൽ കയറി എന്നെ അടിച്ചു പുറത്താക്കിയാലോ? എനിക്ക് അയാളുടെ ശരീരത്തിൽ ജീവിക്കേണ്ടി വന്നാലോ? എന്റേതല്ലാത്ത ഒരു ശരീരത്തിൽ അകപ്പെട്ടു പോകുന്ന അവസ്ഥ ഞാൻ എങ്ങനെ തരണം ചെയ്യും? പെട്ടിക്കുള്ളിൽ അകപ്പെട്ടതുപോലെ ആ ശരീരത്തിനുള്ളിൽ എനിക്ക് ശ്വാസംമുട്ടുകയില്ലേ? കൂടിനുള്ളിൽ അടയ്ക്കപ്പെട്ട പക്ഷിയെപ്പോലെ ആ ശരീരത്തിനുള്ളിൽ എനിക്ക് തല തല്ലി കരയേണ്ടി വന്നേക്കും. മാംസം തുളച്ചു പുറത്ത് ചാടാൻ ശ്രമിക്കുന്നതും രക്തഞരമ്പുകളിൽ കുടുങ്ങി പിടയുന്നതും സങ്കല്പത്തിൽ അനുഭവിച്ചു ഞാൻ എത്രയോ ഭയന്നു. ജയിൽ മുറി പോലെയുള്ള ശരീരം തകർത്തെറിഞ്ഞ് പുറത്തു ചാടാനുള്ള വഴികൾ ആലോചിച്ചു ഞാൻ എത്രയോ തല പുകച്ചു. അതൊക്കെ അർത്ഥമില്ലാത്ത ആശങ്കകൾ

മാത്രമാണെന്ന് സ്വയം സമാധാനിപ്പിക്കാൻ എത്രയോ ശ്രമിച്ചു. പക്ഷേ, സാങ്കല്പികം എന്ന് കരുതിയ ആ ഭയവും വേദനയും ശ്വാസംമുട്ടലുമൊക്കെ ഒട്ടേറെ മനുഷ്യരുടെ നേർ അനുഭവങ്ങളാണെന്നു തിരിച്ചറിയാൻ ഞാൻ ഏറെ വൈകി. കാരണം, അതേക്കുറിച്ച് ആരും ഉറക്കെ സംസാരിച്ചിരുന്നില്ല. വായിച്ചു കേട്ട കഥകളിലോ പാടിക്കേട്ട പാട്ടുകളിലോ അവരുടെ വ്യഥകൾ ഉണ്ടായിരുന്നില്ല. അവരുടെ ജീവിതം എപ്പോഴും കാണാമറയത്തായിരുന്നു, അവരെപ്പോഴും ഒളിഞ്ഞിരിക്കുകയായിരുന്നു.

വീടുകളുടെയും ചുവരുകളുടെയും ശരീരങ്ങളുടെയും മറവിൽ തങ്ങളുടേതല്ലാത്ത ശരീരങ്ങൾക്കുള്ളിൽ അകപ്പെട്ടു പോയവരുടെ വേദന പക്ഷേ, ഇന്നെനിക്കറിയാം. കാരണം അവർ സംസാരിച്ചു തുടങ്ങിയിരിക്കുന്നു, പാടിത്തുടങ്ങിയിരിക്കുന്നു. ശരീരങ്ങളുടെ പേരിൽ കള്ളിവല്ക്കരിക്കുന്ന സമൂഹത്തോട് യുദ്ധം പ്രഖ്യാപിക്കാനും ആത്മാവിനെ സ്വതന്ത്രമാക്കാനും അവർ ധൈര്യപ്പെട്ടു തുടങ്ങിയിരിക്കുന്നു. ലോകത്തിന്റെ എല്ലാ ഭാഗങ്ങളിലും ഞങ്ങൾ ഈ ഭൂമിയുടേതാണെന്നും ഈ ഭൂമി ഞങ്ങളുടേതാണെന്നും ഞങ്ങളുടെ ശരീരങ്ങളുടെ അന്തസ്സ് ഞങ്ങളുടെ അവകാശമാണെന്നും വിളിച്ചു പറയാൻ അവർ വെളിച്ചത്തേക്ക് ഇറങ്ങുന്നു. ഇന്ത്യയിലും കേരളത്തിലും ഒക്കെ അത് ആവർത്തിക്കുന്നു. ഇതാ, മലയാളത്തിലും അതു യാഥാർത്ഥ്യമാകുന്നു. വിജയരാജമല്ലികയുടെ കവിതകൾ ആ വിധത്തിൽ ഒരു ചരിത്രസംഭവമാകുന്നു.

കവിത എന്നാണ് ഈ വരികളെ മല്ലിക വിളിക്കുന്നത്. എന്നാൽ 'പൊള്ളൽ' എന്ന് വിളിക്കാനാണ് ഞാൻ ഇഷ്ടപ്പെടുന്നത്. തീ കൊണ്ട് മാത്രമല്ല നമുക്ക് പൊള്ളുന്നത്. ജീവിതംകൊണ്ടും ഓർമ്മകൾകൊണ്ടും നമുക്ക് പൊള്ളും. വാക്കുകൾകൊണ്ട് അതിലേറെ പൊള്ളും. 'യോനി ഇല്ലാത്ത പെണ്ണിനാണോ കല്യാണം' എന്നും 'കുളിപ്പിക്കാതെ കട്ടയിൽ വെക്കില്ലല്ലോ' എന്നും 'പെണ്ണും പുരുഷനും സത്യമാണെങ്കിൽ പ്രപഞ്ചം സൃഷ്ടിച്ചതാണെന്നെ' എന്നും മല്ലിക എഴുതുമ്പോൾ മധുരഫലം എന്ന് കരുതി തീക്കനൽ വിഴുങ്ങിയ പക്ഷിയെപ്പോലെ വായനക്കാരുടെ ഹൃദയം എരിഞ്ഞുപോകും.

പ്രണയത്തിന്റെ യുദ്ധഭൂമിയിൽ ആധിപത്യം പിടിച്ചെടുക്കാൻ വെമ്പുന്ന ശരീരങ്ങളെക്കുറിച്ചും നാഡീഞരമ്പുകൾ പൊട്ടിച്ചെറിഞ്ഞും മാംസത്തുകൽ തുരന്നും മറ്റൊരാത്മാവുമായി ഇഴുകിച്ചേരാൻ ആഗ്രഹിക്കുന്നതിനെക്കുറിച്ചും വേദനിക്കുന്ന ഈ കവിതകൾ ഒരു തുടക്കം മാത്രമാണ്. ഇതുവരെ പാടാതിരുന്ന പക്ഷികൾ പാടിത്തുടങ്ങുന്ന ഒരു വസന്തകാലത്തിന്റെ ആഗമന പ്രഖ്യാപനം മാത്രമാണ്. മല്ലിക ഇനിയും പാടും. മല്ലിക മാത്രമല്ല, ഇതുവരെ പാടാൻ ഭയന്നിരുന്ന, ചിരിക്കാൻ സാധിക്കാതിരുന്ന, അന്തസ്സ് നിഷേധിക്കപ്പെട്ടിരുന്ന ആയിരക്കണക്കിന് മനുഷ്യർ കഥകളും കവിതകളും ആത്മകഥകളുംകൊണ്ട് ഇതുവരെ നാം

ഏല്പിച്ച മുറിവുകൾക്ക് അനശ്വരമായ പ്രതികാരം നിർവ്വഹിക്കും.

അവരുടെ ശബ്ദം ഉയർന്നു കേൾക്കുമ്പോൾ അവരുടെ സാന്നിദ്ധ്യം സമൂഹത്തിന്റെ സന്തോഷമാകുമ്പോൾ ആൺ പെൺ ഭേദമില്ലാതെ നാമെല്ലാം കൂടുതൽ നല്ല മനുഷ്യരായിത്തീരും. അവയവങ്ങൾകൊണ്ടല്ല ആത്മാവുകൊണ്ടാണ് മനുഷ്യനെ അളക്കുകയും അടയാളപ്പെടുത്തുകയും വേണ്ടതെന്നു പഠിച്ചെടുക്കും. അപരന്റെ ആത്മാവിനെ അറിയുകയാണ് യഥാർത്ഥ അദ്വൈതം എന്നും തിരിച്ചറിയും. മല്ലിക ചോദിച്ചതുപോലെ ''ഭിന്നമായി ഞങ്ങളിൽ എന്തുണ്ട് പ്രിയരേ, ഭഗ്നകാമാങ്കിത സ്വപ്നങ്ങളോ?" ഞാൻ അവനല്ല, അവളാണ് എന്നു പിറുപിറുക്കേണ്ടി വരില്ലാത്ത ഒരു കാലത്തിനു വേണ്ടിയാണ് ഈ കവിതകൾ. ആ കാലത്ത് 'അവനും' 'അവളും' ഉണ്ടാകുകയില്ല. മനുഷ്യർ മാത്രമേയുണ്ടാകുകയുള്ളൂ.

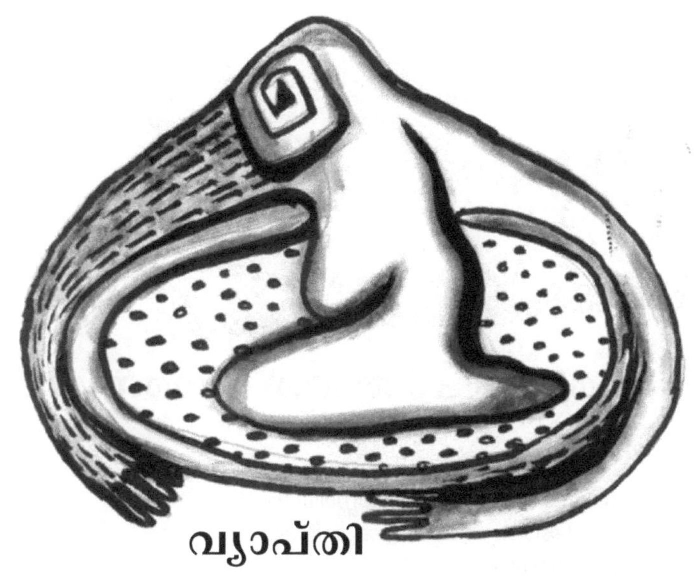

വ്യാപ്തി

കുഞ്ഞേ നീ വരില്ലേ
ഒന്നിച്ചുണ്ണാൻ?
പുൽക്കൂടൊരുക്കാൻ
ആ വിളിക്കായി ഞാൻ കാത്തിരുന്നു
അപരന്മാരും അപരിചിതമാരും
ആയിരം സന്ദേശങ്ങളയച്ചു
അർത്ഥവും വ്യാപ്തിയും ഏറെയുണ്ടായിട്ടും
ആദ്യമറിയേണ്ടവർ മൗനികളാകവേ
അനാഥയായവൾ.

തെരുവിന്റെ തിളയ്ക്കുന്ന ചട്ടിയിലേക്കു
വലിച്ചെറിയപ്പെട്ടവർ ഞങ്ങൾക്കെന്താഘോഷം!
മാറോടണയ്ക്കാൻ
നെറുകയിൽ ചുംബിക്കാൻ
കവിളിലെച്ചുടുനീരു മായ്ക്കുവാൻ
ആ കൈകൾക്ക് എന്നു കെല്പുണ്ടാകുമോ എന്തോ!
പഞ്ചസാരയും ഒരിക്കൽ കയ്ക്കില്ലേ
പക്ഷേ, ആ കയ്പിലും
ഉരുകുന്ന മധുരത്തിന്റെ ഓർമ്മകളുണ്ടല്ലോ.

രക്തം ചിന്താത്ത പൗർണ്ണമികൾ

രക്തം ചിന്തുന്ന പൗർണ്ണമികൾ
തുടിക്കാത്ത ഞങ്ങൾക്കുമുണ്ടോ
വിലക്കവിടെ?
ഇരുമുടിക്കെട്ടുമായ് മലയേറി വന്നാൽ
മുഖശ്രീ മായുമോ മുനികുമാരാ?
കണ്ണീർ പൊതിഞ്ഞ കടലാസു പൂക്കളുണ്ട്
തൃച്ചേവടികളിൽ അർപ്പിക്കുവാൻ
അരവണയും ഉണ്ണിയപ്പവും
തന്നില്ലെങ്കിലും
ആട്ടി പടിയിറക്കാതിരുന്നാൽമതി
മോഹിനീസുതനേ മണികണ്ഠനേ
നോറ്റ വ്രതങ്ങൾ വൃഥാവിലാക്കരുതേ
സ്വാമിയേ ശരണമയ്യപ്പാ...
സ്വാമിയേ ശരണമയ്യപ്പാ...

രാജധാനി

ആരോ പറയുന്നുണ്ടായിരുന്നു
സുപ്രീം കോടതി ദില്ലിയിലാണെന്ന്
മാനം തുളയ്ക്കുന്ന
ഗോപുര മുനകളും
പ്രഭ മങ്ങിയ നഗരശോഭയും
എന്നെ ത്രസിപ്പിക്കാതെ
വലത്തേ കണ്ണാടിയിലൂടെ ഊഴ്ന്നിറങ്ങവേ
ഗന്ധർവ്വ കടാക്ഷമേല്ക്കാതെ നിത്യകന്യകയായ
ഹേമന്ത രാത്രി നോക്കി കൊതിപ്പിക്കുകയായിരുന്നു
പൊട്ടിച്ചിരിക്കുന്ന പാലയുടെ
മന്ത്ര ഏലസ്സിൽ പൊതിഞ്ഞ
മാസ്മരിക ഭാവത്തിൽ അലിഞ്ഞുറങ്ങവേ
മുത്തശ്ശി പറഞ്ഞ യക്ഷിക്കഥയോർത്തെന്റെ ഹൃദയം
യന്ത്ര ഊഞ്ഞാലിലാടി
കണ്ണു തുറന്ന ഞാൻ എന്നോടു തന്നെ ചോദിച്ചു
'ഈ രാജധാനിയിലെ യക്ഷികളെല്ലാം എവിടെയായിരിക്കും?'
പരിഭ്രാന്തരായി മുഖാമുഖം
ചൂഴ്ന്നിറങ്ങിയ മുടിയിഴകളിൽ തലോടി
വീർത്ത കപോലങ്ങളിൽ
പ്രഹരങ്ങളേല്പിക്കാതെ
ഇരച്ചുവന്ന തെന്നലിനു പക്ഷേ
വേവുന്ന കോഴിയുടെ മണമായിരുന്നു
ഉപ്പിലാമൂടു പാലമെത്തി
മോള് ഇറങ്ങുന്നില്ലേ?
അയാൾ ചോദിച്ചു.

പ്രിയതമൻ

പാലകൾ പൂത്തു വാരിജം പൂത്തു
ഇനിയുമെൻ പ്രിയതമൻ വന്നില്ല
പറവകളുറങ്ങി വാതിലുകൾചാരി
ഇനിയുമെൻ പ്രാണനാഥൻ വന്നില്ല
ഞാനൊരു വ്യാമോഹപ്പക്ഷിയാണോ
അതോ അക്കരപ്പച്ചയിലെ തുമ്പിയാണോ
നിർമ്മാല്യ പുഷ്പങ്ങൾ കോർത്തൊരു
മാലയുമായി ഇന്നും ഞാൻ നിന്നെ കാത്തിരിപ്പൂ
സന്ധ്യകൾ പോയി പകലുകൾ മാഞ്ഞു
ഇനിയുമെൻ ആത്മനാഥൻ വന്നില്ല
മധുമാസം മടങ്ങി മധുപനും ചാഞ്ഞു
ഇനിയുമെൻ ജീവനാഥൻ വന്നില്ല
ഞാനൊരു സങ്കല്പ രാഗമാണോ
അതോ താളം പിഴച്ചൊരു ഗാനമാണോ
അനുരാഗ കാവ്യങ്ങൾ കോർത്തൊരു
ഉയിരുമായ് ഇന്നും ഞാൻ നിന്നെ ഓർത്തിരിപ്പൂ

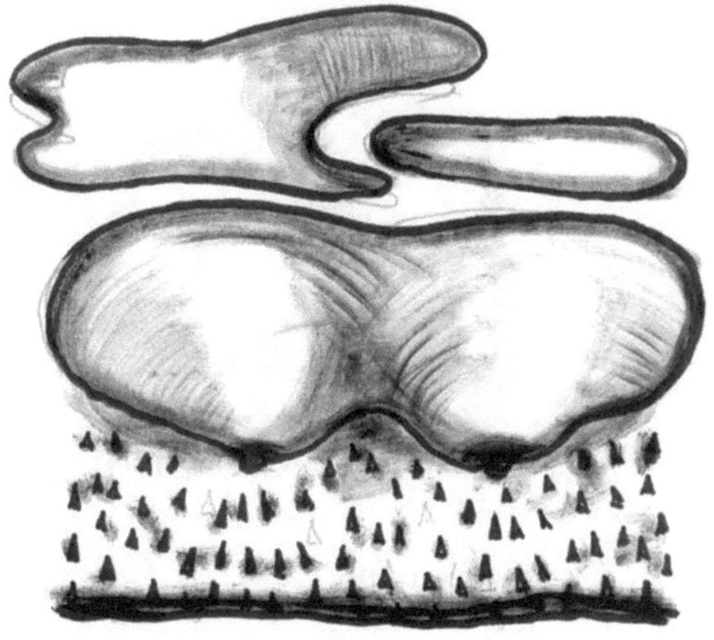

പെയ്തൊഴിയാതെ

വന്ധ്യമേഘങ്ങളായി വാനിലുയരുന്നു
വിരഹിണിയാമെന്റെ ഗദ്ഗദങ്ങൾ
പെയ്തൊഴിഞ്ഞെങ്കിലെൻ വേദനകൾ
വിരൽ ലാളനം ഏൽക്കാത്ത പൊൻതന്ത്രികൾ
ഓർമ്മകൾ ഒഴുകുന്ന മന്ദാകിനി
സുരലോകത്തിലെ സ്വപ്നസഞ്ചാരിണി
നീലാംബരി രാഗഭാവനയായ് എന്റെ
നെഞ്ചിലെ പാലാഴിയാകുമോ നീ
നീളുന്ന യാമവും നീറുന്ന ദാഹവും
ഒരു മഴനീരിനെ നല്കുമെങ്കിൽ
നിദ്രാടനത്തിന്റെ നെടുവീർപ്പിലും
ഒരു മാതൃമനം എന്നിൽ തേങ്ങിടുന്നു.

പേക്കിനാവ്

ഒരു മഴപോലുമിനി
പൊഴിയുകയില്ല
എന്റെ ദാഹം മുരടിച്ച
പാഴ്നിലത്തിൽ
രാഗവും മോഹവും
പേക്കിനാവായി
രാഗവല്ലികൾ വാടി-
ക്കൊഴിഞ്ഞുപോയി
വയ്യിനി കരയുവാൻ
എൻ മിഴിക്കോണിൽ
ഇല്ലൊരു തുള്ളി
നീർമണിയും.

പക്ഷേ

അയാൾക്കെന്നെ ഇഷ്ടപ്പെട്ടു
എനിക്കയാളെയും
പട്ടണത്തിൽ നല്ല ഉദ്യോഗവും
അത്യാവശ്യം ജീവിക്കാനുമുണ്ട്
കാശും പണ്ടവും ഒന്നും
വേണ്ടെന്നാ പറഞ്ഞത്
വിശാലചിന്താഗതിയുണ്ടാകും അല്ലേ
പക്ഷേ, ഈ ബന്ധം നടക്കില്ല
യോനിയില്ലാത്ത പെണ്ണിനാണോ കല്യാണം!

നീതി

കലകൾ തുരുമ്പിച്ചു
കിനാക്കൾ മരവിച്ചു
ദാഹങ്ങൾ വറ്റിവരണ്ടുപോയി
ഇനി എന്ന് നല്കീടും
നീതി എനിക്ക്
നിദ്രയിലാണ്ടൊരു കേരളമേ.

പ്രേതവിചാരം

കൺകെട്ടഴിക്കൂ നീ നീതിപ്പെണ്ണേ
കാണൂ ഈ മുട്ടേലിഴയുന്ന ട്രാൻസ്ജെന്ററെ
പ്രാണവായുപോലും ദുഃസ്വപ്നമായി
പാരിൽ പിടയുന്ന മത്സ്യത്തിനെ
പൊയ്മുടിയും തെല്ലും ചായവുമില്ല
മിന്നിത്തിളങ്ങുന്ന ചേലയില്ല
പുരുഷാരവങ്ങൾക്കു തണലേകി നില്ക്കും
കരിമരം വാടിത്തളർന്നിടുന്നു
നായ്ക്കുറങ്ങാൻ കൂര തീർക്കുന്നു
കുരങ്ങിന് സദ്യ വിളമ്പിടുന്നു
പച്ചമാംസം വിറ്റു കറിവച്ച മാംസം
തിന്നുവാൻ ചൂണ്ടുന്നു നിന്റെ പീഠം
ഒരുനാൾ നിന്റെയും മാനം കവരും
കൊട്ടുവടികൊണ്ടടിച്ചു കൊല്ലും
പ്രേതവിചാരം നടത്തുന്ന നേരം
ചീഞ്ഞു തുടങ്ങിയ ഹൃദയധമനികളിൽ
നാറുന്ന വാദപ്രതിവാദം തുളുമ്പും
മസ്തിഷ്കമെന്നോ മരിച്ചുപോയെന്ന്
വൈദ്യലോകം അന്ന് വിധിയെഴുതും
അന്ധയാം നിന്റെ യോനിച്ചുരങ്ങളിൽ
പേനകൾ കുത്തിയ പാടറിയും

ഭ്രാന്തുപിടിച്ചു നിന്നാത്മാവ്
കത്രിക മൂർച്ചയിൽ പിടയും
പാളത്തിൽ പൊലിഞ്ഞതും
അന്യൻ ഞെരിച്ചതും
ചുറ്റും മുടിയഴിച്ചാടുമ്പോൾ
ചിത്രഗുപ്തൻ വന്നാനയിക്കും!!!

പ്രാണനാഥൻ

വരുമെന്നു ചൊല്ലി
വാതിൽപ്പടിയിൽ
വർഷങ്ങളായി ഞാൻ കാത്തിരിപ്പൂ
വാർമുടിക്കെട്ടിലെ പൂവുകൾ വാടി
രാഗവല്ലഭ വീണ വിരഹിണിയായി
വാനമ്പാടി ദൂരെ പറന്നുപോയി
വിലാസലതിക വിതാനം വിരസമായി
വാസര സ്വപ്നങ്ങൾ വെണ്ണീറായി
വീരാളിപ്പട്ടോ വിഴുപ്പായി
മോഹ വൈജാത്യമെല്ലാം വൈതരണിയിലലിഞ്ഞു
വേഴാമ്പലായെൻ മാനസം കേഴുന്നു
വാർതിങ്കളെ ഒരുവേള ചൊല്ലുമോ
ഇനിയെന്നു വരുമെൻ പ്രാണനാഥൻ

പൊള്ളുന്ന ഓർമ്മകൾ

കത്തിജ്ജ്വലിക്കുന്ന പകലിന്റെ
ചട്ടിയിൽ
ഞാനെന്റെ
ഓർമ്മകൾ വലിച്ചെറിയാം
അവയൊന്നും ഇനി ഒരു
നീരാവിയായി
മഴയായി എന്നിൽ പൊഴിയില്ലയെങ്കിൽ

പ്രഹേളിക

പ്രാണനൻ പറിച്ചൊരു പാത്രത്തിലാക്കി
രക്തം ഒപ്പി കുപ്പിയിലാക്കി...
നാഡിഞ്ഞരമ്പുകൾ വെവ്വേറെയാക്കി
നാവിന്റെ തുമ്പത്ത് കല്ലുകെട്ടി...
വറ്റിവരളുന്ന പുഴയുടെ മാനസം
പ്രതിബിംബമാകുന്നൊരീ പ്രണയം...
പിന്നെയും കാതിൽ മന്ത്രിച്ചിടുന്നു
പ്രഹേളികയല്ലോ ഈ ജീവിതം.

മഴ

മഴ പെയ്യുന്നു
മനസ്സിന്റെ വനിയിൽ
മധുരം തുളുമ്പുംപോലെ
മൗനങ്ങളെ പുൽകി ഉണർത്തി
മലരമ്പൻ ഒളിയമ്പ് തൂകി
മധുമാസം മടങ്ങിയെത്തി
മലരുകളാൽ മഞ്ചമൊരുക്കി
മകരന്ദം മൂളി എത്തി
മദിരോത്സവമായി ഇനി
മാരോത്സവമായി

മറപ്പുര

മറപ്പുരയില്ലേൽ പെണ്ണേ നിനക്ക്
നാക്കായി ഒരു വിദ്യാബാലനുണ്ടേ.
തേപ്പുകൾ തകൃതിയിൽ ഏറുന്ന മൂലം
ആണിന് കഥകൾ പറയാൻ വൻ
മതിലുകളുമുണ്ടേ
പൊട്ടുമോ മുല്ലപ്പെരിയാറു പൊന്നെ
പൊട്ടിയാൽ ഞങ്ങളിതെന്ത് ചെയ്യും?
ഉടുപ്പ് പൊക്കി നോക്കിയിട്ടല്ലല്ലോ
പഴുപ്പും തടിപ്പും പൂപ്പലും വിരുന്ന് വരാറ്.

മരണാനന്തരം

അയാൾ പിറുപിറുത്തുകൊണ്ടിരുന്നു
ഞാൻ അവനല്ല... അവളാണ്
എന്റെ മുലകൾ കണ്ടില്ലേ?
പെണ്ണല്ലേ? അല്ലേ?
ഉറക്കെ പാടാൻ കഴിഞ്ഞിട്ടും
സ്വരംതാഴ്ത്തി പാടി
കാട്ടിലെ കഴുതകൾ ഓടിയെത്താൻ വെമ്പി
ബസിൽ കയറിയപ്പോൾ
മുൻവശത്തെ സീറ്റിനായി വാശി പിടിച്ചു
ഞാൻ സ്ത്രീയാണെന്നുച്ചത്തിൽ അലറി
ഇടതുവശത്തെ കണ്ണാടി നിലത്തു വീണുടഞ്ഞു
കൈക്കുഞ്ഞുമായ് നിന്ന യുവതി
മൂക്കത്ത് വിരൽവച്ചു
സ്ത്രീകൾക്ക് മുൻഗണനയുള്ള ഇടത്തിരുന്ന
മീശക്കൊമ്പൻ ചോദിച്ചു
അത് ആണോ? പെണ്ണോ?
തൊട്ടടുത്തിരുന്നയാൾ താടി തടവി പറഞ്ഞു
മരണാനന്തരമറിയാം
അതെങ്ങനെ? നെറ്റികൾ ചുളിഞ്ഞു
കുളിപ്പിക്കാതെ കട്ടയിൽ വയ്ക്കില്ലല്ലോ?

മാരകേളി

താളം തിമിർക്കുന്നു
മേളം കൊഴുക്കുന്നു
നെയ്‌വിളക്ക് മെല്ലെ മയങ്ങീടുന്നു
കരളിലോ പുളകങ്ങൾ പൊന്തീടുന്നു
അധരം വിരിയുന്നു മിഴികൾ തളരുന്നു
മധുരാംഗ രമണൻ എങ്ങുപോയി
പത്തിവിടർത്തി മതിമറന്നാടുന്ന
സർപ്പങ്ങൾ പോലുള്ള മോഹങ്ങളേ
മുത്തങ്ങളാൽ രാവിൽ മൂടുമവൻ
മുഗ്ദ്ധരാഗങ്ങൾ മീട്ടുന്ന പാട്ടുകാരൻ
ചിത്രാങ്കണങ്ങളിൽ ചെല്ലുമല്ലോ
ചൈത്രവീണയെ പാടി ഉണർത്തുമല്ലോ
ഗന്ധം തുളുമ്പുന്ന പുഷ്കരണിയിൽ
മാരകേളിയിലാടാൻ വെമ്പുന്നു ഞാൻ
രക്തംചിന്താത്ത പൗർണ്ണമികൾ
പുംഗവൻ എനിക്കരുളുമല്ലോ
പകരം ഞാനെന്റെ മുന്തിരിത്തോപ്പുകൾ
അവനു നുകരാൻ നല്കുമല്ലോ.

കോമരങ്ങൾ

മുജ്ജന്മ പാപത്തിൻ ശിക്ഷയായി
ദൈവം വിധിച്ചൊരീ കാരാഗൃഹം
കരിങ്കല്ലിനാൽ തീർത്ത സ്മൃതി മണ്ഡപം
മോഹഭംഗങ്ങൾ തളംകെട്ടും ബലികുടീരം

ആശിച്ച വള്ളിയിൽ പടരാൻ കഴിയാത്ത,
നിർഭാഗ്യ സസ്യങ്ങൾ, പാഴ്സ്വരങ്ങൾ
കാമന്റെ ചാട്ടുളി നെഞ്ചിൽ തറയ്ക്കുമ്പോൾ
നൃത്തം ചവിട്ടുന്ന കോമരങ്ങൾ

സ്വപ്നങ്ങൾ കാണാൻ അനുവാദമില്ല
നിലവിളിക്കാനോ അവകാശമില്ല
വേഷങ്ങൾ ഭാഷയെ അനുഗമിക്കുമ്പോൾ
നഗ്നസ്വാതന്ത്ര്യം തേടുന്നവർ

അസ്തിത്വമില്ലാത്ത പ്രേതങ്ങളോ ഞങ്ങൾ
മസ്തിഷ്കവീക്കം പുണർന്നവരെ
സ്വസ്ഥതയില്ലാത്ത നിശ്വാസമായി
ഭസ്മധൂളിയായ് കാറ്റിൽ പറന്നവരെ

കാലമെ നീ മന്ത്രവാദിയാകൂ
ഈ ദേഹം വെടിയാൻ കൂടെ നില്ക്കൂ
മഴവില്ല് വിരിയുന്ന മാനത്തിൻ ചില്ലയിൽ
ഞങ്ങൾ ഊഞ്ഞാലാടാൻ കൊതിച്ചിടുന്നു.

കലിംഗ

പേനകൾ ഞങ്ങളെ ഭിന്നരാക്കി
പിന്നെ മലയാള ഭാഷ മൂന്നാക്കി...
ചിലരൊക്കെ പണ്ടേ ഇതരരാക്കി,
അവരൊക്കെ മെല്ലെ അന്യരാക്കി...
വിമതരാക്കി, സ്വലിംഗരാക്കി,
ആരോ ചേർന്ന് അലിംഗരാക്കി...
എന്നാൽ എന്നെ കലിംഗയാക്കു
കാരണം എന്റേത് പാവം കറുത്തതാണേ....

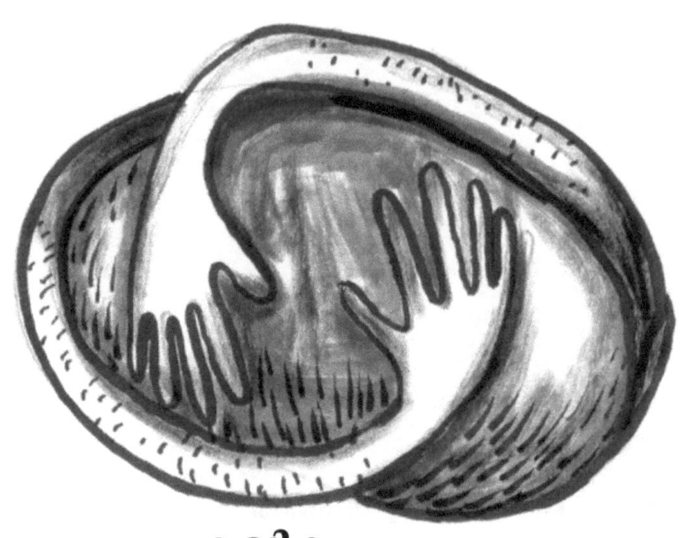

കലിക

പുരുഷന്റെ കൈയിൽ ഞെരിഞ്ഞമരേണ്ട
കലികയല്ലാ ഇവൾ കലികയല്ലാ
പുരുഷാന്തരങ്ങളിൽ കോൾമയിർകൊള്ളേണ്ട
കവിതയല്ലാ ഇവൾ കവിതയല്ലാ
പകലെന്ന പൊരുൾപോലെ ഇരവിന്റെ ഇരുൾ പോലെ
പതറാതെ കത്തുന്ന കൽവിളക്ക്
പരുഷമാം ജീവിതാനുഭവങ്ങളിലൂടെ
ഉരുത്തിരിഞ്ഞു വന്ന കാരിരുമ്പ്
പകയില്ല തെല്ലും പരിഭവമില്ല
പരിദേവനങ്ങളില്ലാക്കടല്
പരിരംഭണങ്ങളിൽ പ്രാണഹർഷങ്ങളിൽ
പുളകങ്ങൾ കൊള്ളാത്ത കൽത്തിടമ്പ്
പ്രണയത്തിനെ തന്റെ ഹൃദയത്തിനാലെ
പരാജിതയാക്കിയ കല്ലോലിനി
പ്രളയങ്ങളെപ്പോലും തൃണവൽക്കരിച്ച്
പരിഹാസ്യയായി പിന്നെ കാലപാലികയായ്
പണസഞ്ചിയും പണിയായുധങ്ങളും
പിടിച്ചടക്കി വച്ച കാർക്കോടകാ
പെണ്ണും പുരുഷനും സത്യമാണെങ്കിൽ
പ്രപഞ്ചം സൃഷ്ടിച്ചതാണെന്നെ.

ജിലേബി

പലഹാരക്കടയിലെ ചില്ലുകൂട്ടിനുള്ളിൽ
മധുരം തുളുമ്പും ജിലേബിപോലെ
ആണിന്റെ ചട്ടയിൽ വിതുമ്പിക്കഴിയണം
ഞാനെന്നപെണ്ണിനി എത്രകാലം.

ഇഴകൾക്കിടയിലൂടെ നോക്കിയിട്ടും
വരികൾക്കിടയിലൂടെ വായിച്ചിട്ടും
എന്തേ അമ്മേ അറിഞ്ഞില്ലയെന്നെ
പെറ്റതല്ലേ പിന്നെ പോറ്റിയതല്ലേ.

പനിനീർപ്പൂവുകൾ വിടരുംമുൻപേ
ഞെരിക്കാൻ വെമ്പുന്നു ആൺകുട്ടികൾ
വിടർന്നാൽ ഞൊടിയിൽ തലയിൽ ചൂടുന്നു പെൺകുട്ടികൾ
ആരറിയുന്നു പൂവിന്റെ വേദന
വിരിയിച്ച പാപം ചെടി മാത്രമല്ലോ...

ജീരകമിഠായി

നിറങ്ങൾ പലതെങ്കിലും
ജീരകമിഠായിക്കെല്ലാമൊരേ സ്വാദ് തന്നെ
അതറിഞ്ഞിട്ടും അവൻ പായുന്നു
ചികയുന്നു രുചിച്ച് തുപ്പുന്നു
അവളോ കയറിന്റെ ബലവും
പുഴയുടെ ആഴവും അളക്കുന്നു
മറ്റു ചിലരോ ഇടങ്ങൾക്കിടയിൽ
വിടവുകൾ തീർക്കുന്നു.
ത്വക്കുകൾ വലിച്ചൂരിയാൽ
മാംസങ്ങൾക്കെല്ലാം
ഒരേ നിറമാണെന്നത്
വിസ്മരിക്കുന്നു.
ഇതെല്ലാം കാണുമ്പോൾ
ചൊറുതണത്തിനുപോലും ചൊറിയുന്നു.

ജന്മസാഫല്യം

യോനിയില്ലാ പെണ്ണിന് മംഗല്യ
യോഗമില്ലാത്തൊരീയാഗഭൂവിൽ
യോഗികൾപോലും കൈമലർത്തുന്നു
പ്രേമവിയോഗിയായ് തീർന്നു ഞാനും
കണ്ടിക്കണം എന്ന കണ്ടീഷനുണ്ടോ,
കണ്ടീഷനിങ്ങിൻ കുഴപ്പമാണോ...
പുളകങ്ങൾ കൊള്ളാത്ത മൊട്ടുകൾ
കൊണ്ടെന്റെ മാറിലെ മർമ്മരം കൊന്നീടണോ
എരിക്കിന്റെ പൂകൊണ്ട് നുള്ളിയെറിയാതെ
ഒന്നിനെ കൈകളിൽ നല്കീടുക
താലിയില്ലെങ്കിലും തൊട്ടിലിൽ ഞാനെന്റെ
ജന്മസാഫല്യം നേടിടട്ടെ.
*മമ്പറം പോയി മാവിനെത്തേടി,
**പായസം മോന്തി പ്രമേഹവും കൂടി...
ഊരിയെറിയുന്ന പാത്രത്തിലൊന്നു
കടമായി അരുളുമോ കലിയുഗമേ...

---

* മമ്പറം മാവ്

** രാമായണ പരാമർശം

കരിനാഗം

കഥ മുഴുവൻ തീരും മുമ്പേ
കണ്ണൊന്നു ചിമ്മി ഞാൻ
മലവാരത്തിലൊരു ചുടുകാറ്റ് വീശി
കാർകൂന്തൽ പാറിപ്പറന്നു
കല്ലൊന്നുരുണ്ടെന്റെ നെഞ്ചിൽ തറച്ചു
നെടുവീർപ്പുകൾ നെട്ടോട്ടമോടുന്നു
കണ്ഠനാളത്തിലൊരു ഭ്രൂണം കരയുന്നു
നെറ്റിയോ ചുളിഞ്ഞും നിവർന്നുമതങ്ങനെ
പല്ലുകൾ തങ്ങളെ മുറുക്കി ഞെരുക്കി
പുല്ലുകളിൽ തീക്കനൽ ചങ്ങല തീർത്തു
മുഗ്ദ്ധമോഹങ്ങൾ കത്തിയമരുന്നു
ദാഹങ്ങളോരോന്നും നീരാവിയായി
ചിത്രകൂടത്തിൽ മധുരപൊന്തിത്തുളുമ്പി
ഇരുകൈകളിലുമാരോ കയറിപ്പിടിച്ചു
കട്ടിലിൻ മുമ്പോട്ടു കെട്ടിവരിഞ്ഞു
പൊട്ടിക്കരയുവാനാകാതെ ഞാനെന്റെ
വെറ്റിലപ്പെട്ടിയിലേക്ക് നോക്കി
വീണാധാരിയായ ഒരു ചാരനെക്കണ്ടു

വാടിത്തളർന്നയെൻകവരം തളിർത്തു
ഉദരച്ചുഴീലെ ഞെരുക്കം തുടരുന്നു
കണങ്കാലിലതാ ഇഴയുന്നൊരു കരിനാഗം
അലറിവിളിച്ചു ഞാൻ ഞെട്ടിയുണർന്നു
അട്ടഹസിച്ചു കൈവെള്ളയിൽ തിരഞ്ഞു
ബോധം അബോധമാകുന്ന യാമം
ഉൽക്കണ്ഠ ഉന്മാദമാകുന്ന പ്രായം
ഫണം വിടർന്നാടുന്ന സ്മൃതികളിൽ
ശരവർഷം ചൊരിയുന്നു പഞ്ചബാണൻ.

മായാമോഹിനി

പറന്നുപോയി നീ എങ്ങോ
മറഞ്ഞുപോയി നീ
പറഞ്ഞതില്ലല്ലോ പൊന്നെ
അറിഞ്ഞതില്ല ഞാൻ
കറുത്ത മേഘക്കൂട്ടിനുള്ളിൽ
കടന്നുചെന്നപ്പോൾ
കാൽവഴുതി കാണാക്കടലിൽ
കമഴ്ന്നു വീണോ നീ
കിളിർത്ത കൊഞ്ചും
കിനാക്കളുമായി കുണുങ്ങി നീങ്ങുമ്പോൾ
കരിവേടന്മാർ
കണ്ണെറിഞ്ഞു വലയിലാക്കിയോ
തളിർത്ത കുറെ സ്വപ്നങ്ങളുമായ്
ഉയർന്ന മായാമോഹിനി
തകർന്നു വീണോ നിൻ
കല്പനകൾ കാണാക്കയങ്ങളിൽ
തേങ്ങിക്കരയും നിൻ നെടുവീർപ്പുകൾ
തേടിവരുന്നു ഞാൻ
തോഴി നിന്നുടെ വരവും കാത്ത്
തപസ്സിൽ മുഴുകി ഞാൻ
പുറത്ത് ചോന്ന കരയുള്ള
വെളുത്ത പേടകം
പുണർന്നിരിക്കാം എന്നോ തന്നെ
വിധിയുടെ കൈകളെ

2014 മാർച്ച് 8 ന് ആകാശത്തിന്റെ വിസ്മയങ്ങളിൽ ദുരൂഹമായി വിലയം പ്രാപിച്ച MH 370 എന്ന വിമാനത്തിന്റെ ഓർമ്മയിൽ

നീലാംബരി

എന്റെ മുലകൾക്കു ഭംഗിയുണ്ടെങ്കിലും
കുഞ്ഞിനെ ഊട്ടാൻ ഉതകുകില്ല
വീണക്കമ്പികൾ രാഗ കാമിതമെങ്കിലും
നീലാംബരി മീട്ടാൻ യോഗമില്ല.

രൗദ്രവും ലാസ്യവും ഒത്തിണങ്ങി
പ്രേമമഞ്ജരിയായ് ഞാൻ പെയ്തിറങ്ങി
രംഭയായി കാമരൂപിണിയായി
പുത്രകാമേഷ്ടിമാത്രം വ്യാമോഹമായി

ആലിംഗനങ്ങളിൽ അലിയുമ്പോഴും
മടിത്തട്ടുകൾ എന്തിനോ ദാഹിച്ചുപോയീ.....
ആലോലമാടേണ്ട കൈത്തടങ്ങൾ
മലർക്കട്ടിലിൽ പൊരുതി തോറ്റുപോയി...

ഭഗ്നകാമാങ്കിത

മലയാള ഭാഷയെ പ്രണയിച്ച നിങ്ങൾ
ഞങ്ങളെയെന്തേ മറന്നു പോയി?
മൂന്നാക്കി ആറാക്കി ഒമ്പതാക്കീ
അക്കങ്ങൾകൊണ്ട് അളന്നുവല്ലോ
കുറ്റിയടിച്ചു കൊളുത്തി വലിച്ചു
ആണിലും പെണ്ണിലും തള്ളിയല്ലോ
മോഹങ്ങളും മോഹഭംഗങ്ങളും
ചുവരിന്റെ മാറിൽ തൂക്കിയല്ലോ.
പൊയ്മുഖപടമുള്ള പുഞ്ചിരി കൊണ്ടു
ഹൃദയങ്ങൾ പന്തുകളിച്ചുവല്ലോ
ഭിന്നമായ് ഞങ്ങളിലെന്തുണ്ടു പ്രിയരേ
ഭഗ്നകാമാങ്കിത സ്വപ്നങ്ങളോ
മുരുകായെനിക്കീ കണ്ണട വേണ്ടാ
മുന്തിയ കാഴ്ചകൾ കണ്ടു മടുത്തു
മുന്തിയ കാഴ്ചകൾ കണ്ടു മടുത്തു.

അയ്യോ!!!

ദേ ചേട്ടൻ
കൊച്ചനിയൻ
അയ്യോ അച്ഛൻ
ദൈവമേ വല്യമ്മാവൻ
ഇതെന്തുപറ്റി
ഈ നട്ടപ്പാതിരായ്ക്ക്?
ഒന്നൂല്യ പെട്ടെന്ന് സൂര്യനുദിച്ചതാ!

ഹേമന്തരാത്രി

തരളിത മോഹിത
കുളിർമഴയരുളും
നിർമ്മല ഹേമന്ത രാത്രിയിൽ
പുഷ്പവിലാസിത രാജമല്ലിക
പ്രേമഭിക്ഷുകിയായി
ഭാവരാജിത സുരഭില വേളയിതിൽ
ഉത്പല ബാണമുന കൊണ്ടൊരു
പാവം മാലതി വല്ലരി
തേടുകയാണൊരു മധുരിത
മാമര ശിഖരം

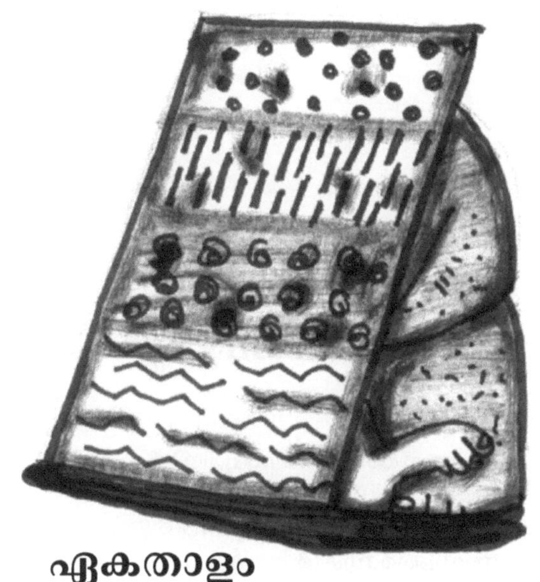

ഏകതാളം

എറണാകുളത്തുണ്ടൊരു ചരിഞ്ഞ ഗോപുരം
ഏഴത്ഭുതങ്ങളിലില്ലാത്ത നൊമ്പരം
ഏതോ ഏകാകിയുറങ്ങുന്ന മന്ദിരം
എന്തിനെന്നറിയാതെ പൂത്തൊരാ
ചെമ്പകം
ഏഴിലംപാല അത്തറു പൂശുന്ന നേരത്ത്
ഏഴ് നിറങ്ങളിലില്ലാത്ത സുന്ദരി
ഏകാന്ത സ്വപ്നങ്ങളെ
അയവിറക്കുമ്പോൾ
എൻ പ്രിയനുമൊത്തൊന്നു
പോകണമവിടെ
എരിതീയിൽ വിങ്ങുന്ന ചുവരിന്റെ തേങ്ങൽ
എഴുതാത്ത കഥയുടെ ഉറയിൽ നിറയ്ക്കണം
എടുകളറ്റ തടവുകാരന്റെ നെടുവീർപ്പുകൾ
ഏകതാളമായ് കോർത്ത്
ഏണാങ്കനെ പാടിയുറക്കണം

ചമയങ്ങളില്ലാത്ത രാത്രി

പ്രണയത്തിന്റെ യുദ്ധഭൂമിയിൽ
ശരീരം ആധിപത്യം
പിടിച്ചെടുക്കാൻ വെമ്പുമ്പോൾ
നാഡിഞരമ്പുകൾ
പൊട്ടിച്ചെറിഞ്ഞും
മാംസത്തുകിൽ തുരന്നും
മരണത്തിന്റെ ഉരുകിയുറച്ച
നിന്റെ ആത്മാവുമായി
ഞാനെന്ന സ്വത്വം
ഇഴുകിച്ചേരുമ്പോൾ
ഭിന്നതകളില്ലാതെ
ഉയിരുകൾ ഒന്നാകുന്നു
ചമയങ്ങളില്ലാത്ത രാത്രിപോലെ
നമ്മുടെ ബന്ധം
അനശ്വരമാകുന്നു.

ചെന്താമര

രവിയുടെ മാറിൽ മയങ്ങുവാനല്ല
ചേറിൽ കുരുത്തതീ ചെന്താമര
ചിലതുണ്ട് ചിലരോട് ഊന്നിപ്പറയുവാൻ
നടുവിരൽ പൊക്കുവാനല്ല ജന്മം

കണ്ണുകൾ കെട്ടിയ പെണ്ണറിയുന്നോ
നീതി ഈ നാട്ടിൽ മരിച്ചുവെന്ന്
വസ്തുക്കളാക്കി അലങ്കരിക്കുമ്പോൾ
വിഷയങ്ങളാക്കാൻ മറന്നുപോയോ

കശ്മല സർപ്പങ്ങൾ ഇനിയുമുണ്ടല്ലോ
വെട്ടിത്തെളിക്കാത്ത കാടുകളിൽ
ചങ്കുറപ്പോടെന്നും പൂത്തുനിന്നീടും
ചെറുത്തു നില്പിന്റെയീ ചെന്താമര

ഓമനഗാനം

വിപ്ലവഗാനം പാടിവരുന്നൊരു
കാറ്റേ കാറ്റേ പൂങ്കാറ്റേ
വീരാംഗനമാരുടെ ഗാഥകളിൽ
എന്നുടെ ദാഹമലിയട്ടെ

പൂങ്കാവനമിതിൽ തുള്ളി വരുന്നൊരു
തുമ്പീ തുമ്പീ പൂത്തുമ്പീ
പൂക്കളമൊരുക്കാൻ നീ എനിക്കൊരു
തുമ്പ പൂക്കുട കൊണ്ടരുമോ

മലയുടെ മാറിൽ ആടിയൊഴുകും
അരുവീ അരുവീ തേനരുവീ
ഏനു നുകരാൻ ഒരു കുമ്പിൾ തേൻ
തരുമോ നീയെൻ കാട്ടരുവി

മാമരച്ചില്ലയിൽ പാടി വരുന്നൊരു
കുയിലെ കുയിലെ ആൺകുയിലെ
എന്നുടെ മാരൻ വന്നണയുമ്പോൾ
ഓമനഗാനം പാടേണം.

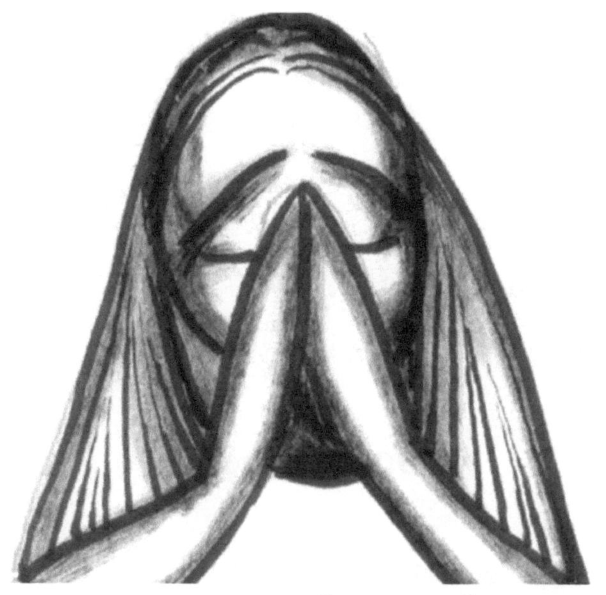

പക്കപ്പിറന്നാൾ

പഞ്ചമിനാളിലെ പക്കപ്പിറന്നാളിൽ
പാൽക്കഞ്ഞി കുറുക്കി ഞാൻ കാത്തിരുന്നു
പാതിരാവായിട്ടും വന്നതില്ല അവൻ
പരിഭവം കേൾക്കാൻ എത്തിയില്ല

കാലേ കുളിച്ചു ഞാൻ കോവിലിൽ ചെന്നെൻ
കാമിതനായി ഒരർച്ചന നേർന്നു
കൈകൂപ്പി നിന്നപ്പോൾ ചൊടികളിൽ നിറയെ
കാമുക മന്ത്രങ്ങളായിരുന്നു

വാർമുടിക്കെട്ടിൽ വാസനപ്പൂ ചൂടി
വാനമ്പാടിയെ ചാരേ ക്ഷണിച്ചിരുത്തി
വാടാമല്ലിയാൽ മെത്തയൊരുക്കി
വാതിലും ചാരാതെ ഞാനിരുന്നു

മുറ്റത്ത് കാലൊച്ച കേട്ടു ഞാനോടി
മറ്റാരോ എന്നറിഞ്ഞെൻ മനം തേങ്ങി
മുപ്പതു വർഷമായി തുറികണ്ണുമായി
മധുരത്തളികയുമായി നിന്നെ ഓർത്തിരിപ്പൂ

പാനപാത്രം

സ്വാതന്ത്ര്യം എന്നാൽ എന്തെൻ സഖി
മാനത്ത് മഴവിൽ കുലയ്ക്കുന്നതോ
സാഹോദര്യത്തിന്റെ പൊയ്മുഖങ്ങൾ
തെരുവിൽ വിതറുന്ന ചാപല്യമോ
കടിഞ്ഞാൺ പൊട്ടിയ പതംഗങ്ങളായി
കാറ്റത്ത് പാറിപ്പറക്കുന്നതോ
വരേണ്യത്തിന്റെ വാർപ്പുബിംബങ്ങളായി
മാംസങ്ങൾ കാട്ടി ക്ഷണിക്കുന്നതോ
ഉദാരമതിയാം രാവിൻ സുതാര്യതയെ
മതിമറന്നു പുൽകി പുണരുന്നതോ
ഉന്മാദ ലഹരിയിൽ അർദ്ധനഗ്നരായി
മദിരോത്സവങ്ങളിൽ അലിയുന്നതോ
അലറേണ്ട അട്ടഹസിക്കേണ്ട നീ
നൈമിഷ്യമല്ലോ ഈ ജീവിതം
വേണ്ട ഈ സ്വാതന്ത്ര്യം വേണ്ടെനിക്ക്
എനിക്കുള്ളതല്ലീ പാനപാത്രം

കുന്തി

കുന്തിയേപ്പോൽ തപമിരുന്നു
നിളയുടെ പൊന്നോളങ്ങളിൽ
സൂര്യതാപങ്ങളേറ്റു വാടിത്തളർന്നു
ഞാൻ പാരിന്റെ അച്ചുതണ്ടിതിൽ

ആറിൻ ഗർഭപാത്രത്തിലെ
പിഞ്ചു മണൽ ഭ്രൂണങ്ങളെ
ച്ഛിദ്രം ചെയ്യുവാനെന്തിനിത്ര
സാഹസം നരൻ കാട്ടുന്നു

ആരറിയുന്നു ഈ വേദനകൾ
പാപം തിങ്ങുമീ കലികാലത്തിൽ
എന്നൊരമ്മയായ് തീർന്നിടും
എന്ന പ്രാർത്ഥനയിലാണിവൾ

നിശാന്ധകാരം

നീറുന്ന ഓർമ്മകൾ ബാക്കിയാക്കി
എങ്ങു പോയെന്റെ കൂട്ടുകാരി
നീളുന്ന ആകാശനീലിമയിൽ
നീന്തിത്തുടിച്ചുനീ എങ്ങുപോയി
നാഡി ഞരമ്പിൽ നിണം തുളുമ്പും
നോവുന്ന നിനവായി മാറിയല്ലോ
നിരാശതൻ നീർച്ചുഴിയിൽ നിരാധാരയായി
നിലംപൊത്തിയോ ആരുമറിയാതെ
നിലവിളിക്കാത്ത നാവിന്റെ ഗദ്ഗദം
നിയതിയെ തഴുകുന്ന നിശ്വാസം
നാഴികമണിയിൽ പിടയുന്ന നയനം
നിജമെന്തെന്നറിയാത്ത നിശാന്ധകാരം
നിരാലംബയാം നിൻനിനവുകൾ
നെഞ്ചിൽ അലയടിച്ചീടവേ
നിവാരണം തേടുന്നു ഞാനി
നിലയ്ക്കാത്ത നിശ്ശബ്ദതയ്ക്കായി.

MH 370 എന്ന മലേഷ്യൻ വിമാത്തിന്റെ ഓർമ്മയിൽ രചിച്ച കവിത.

ബാല്യകാലം

ഭീതി ഉണർത്തുന്ന ഭൂതകാലം
ഭൂതനാദം മുഴങ്ങുന്ന ബാല്യകാലം.....
ഭിത്തികൾ മൂടിയ കാരാഗൃഹം
ഭൂമി നീറിപ്പുളയുന്ന ചൂടുകാലം.....
ഭദ്രതയില്ലാത്ത മണിമന്ദിരം
ഭസ്മധൂളികൾ പുൽകിയ ചന്ദ്രോദയം
ഭാരങ്ങൾ കുമിയുന്ന അന്ധകാരം
ഭ്രൂണങ്ങൾ ചാകുന്ന ഭ്രാന്താലയം.....
ഭാവനയില്ലാത്ത ചിത്രാലയം
ഭ്രമരങ്ങൾ എത്താത്ത പൂങ്കാവനം
ഭാവിയെ കൊല്ലുന്ന സ്വപ്നാടനം
ഭിക്ഷാടകയാം എൻ ജീവിതം.

എട്ടുകാലി

മൊട്ടിട്ട മോഹങ്ങൾ കെട്ടിവരിഞ്ഞ
എട്ടുകാലിയുടെ കൊട്ടാരത്തിൽ
പെട്ടുപോയൊരു പാവം കുട്ടൻ
എട്ടും പൊട്ടും തിരിയാത്ത പൊട്ടൻ
പൂവിട്ടൊരുക്കിയ കട്ടിലിൻചോട്ടിൽ
വിങ്ങിപ്പൊട്ടിയവൻ തേങ്ങീടവെ...
ഏട്ടാ എന്ന് വിളിച്ചവൾ വന്നു
നീട്ടി ഒരു ഓട്ട് കോപ്പ അവനുനേരെ
ലാസ്യം പൂശിയ നോട്ടം കണ്ടവൻ
ഞെട്ടിത്തെറിച്ചു തുറിച്ചു നോക്കി...
കെട്ടിപ്പിടിക്കാൻ ഇനി തെല്ലും നേരമില്ലെന്നറിയവെ
ഓടി ഒളിക്കാൻ കൊതിച്ചുനിന്നു...
ചുറ്റിവരിഞ്ഞവൾ ബന്ധനസ്ഥനാക്കി
അസ്ഥികളെല്ലാം ഭസ്മമാക്കി
സ്വസ്ഥതയില്ലാത്ത നരകത്തിനൊടുവിൽ
ജഡമായി തീർന്നവൻ ഭസ്മധൂളികൾപോലെ

നിർബ്ബന്ധിത വിവാഹത്തിന് ഇരയാകുന്ന സ്വവർഗ്ഗാനുരാഗികളായ പുരുഷന്മാർക്ക് സമർപ്പണം.

1098

പത്ത് പാത്തുറങ്ങും
കേട്ടെഴുത്തിനെങ്കിലും
അരമാർക്കിന്റെ ചോദ്യമായിരുന്നെങ്കിൽ
പരിഹസിക്കുമായിരുന്നുവോ
ഈ കുട്ടികൾ ഇങ്ങനെ ഞങ്ങളെ

വഴിയിൽ നടക്കുമ്പോൾ
തുറിച്ചു നോക്കേണ്ട
മരുന്നിന് നില്ക്കുമ്പോൾ
വിരൽ ചൂണ്ടേണ്ട
അടക്കം പറയേണ്ട
തമ്മിൽ ചിരിക്കേണ്ട
കൂക്കി വിളിക്കേണ്ട
1098 കുത്തകയല്ല
ആരുടേയും.

ഗന്ധർവ്വഗായകൻ

ഖജുരാഹോയിലെ ചിത്രകലകൾ
എന്നോട് ചൊല്ലിയ പ്രിയ രഹസ്യങ്ങൾ...
ഗാഥകളായി വർണ്ണശലഭങ്ങളായി,
എന്റെ മാനസവാടിയിൽ
മഹോത്സവമായി...
ഗന്ധകമഴയിൽ പുളകിതയായി,
ഗന്ധമാദനം കൊണ്ട് തരളിതയായി...
ഏകാന്തതകൾ വാചാലമായി
എന്നെ ഞാനും മറന്നുപോയി.....
മദനന്റെ ശരമേറ്റ് പിടയുന്നു
മദജലം എന്നിൽ മുളപൊട്ടി ഒഴുകുന്നു...
മൗനാനുഭൂതികൾ മദ്ദളം കൊട്ടുന്നു
മഴപെയ്യുന്നു പ്രണയ മഴ പെയ്യുന്നു...
യാമങ്ങളിൽ കാമ ഭാവങ്ങളിൽ,
മോഹങ്ങൾ ഫണം വിടർത്തി ആടിടുന്നു...
പ്രേമയാഗങ്ങളിൽ സംപ്രീതനായി
ഗന്ധർവ്വഗായകാ വരമരുളൂ...

ഓട്ടുവളകൾ

പാടിത്തീരും മുമ്പേ ഗായകൻ
വേദി വിട്ടകന്നു
പുഷ്പിച്ച രാഗമാലികയപ്പോൾ
പാടെ വാടി വീണു
വിരൽത്തുമ്പു വിട്ടോടിയ വീണത്തന്ത്രികൾ
പൊട്ടിത്തകർന്നുപോയി
ഓട്ടുവളകളെ മാറോടണച്ചു ഞാൻ
തേങ്ങിക്കരഞ്ഞു നിന്നു
ചുറ്റും ഇരുട്ടെന്നു തോന്നിയപ്പോൾ
തീക്കാറ്റ് എവിടെനിന്നോ ഓടിയെത്തി
വറ്റിവരണ്ടയെൻ കണ്ഠനാളം
ഒരിറ്റു നീരിനായി പരതിയോടി
കാൽതെറ്റി വീണു ഞാൻ കട്ടിലിൻചോട്ടിൽ
ഞെട്ടി ഉണർന്നാ മയക്കത്തിൽനിന്നും
തേടി ഉടനെ തലയിണക്കീഴെ
ഉണ്ടവൻ നല്കിയ ഓട്ടുവളകൾ
വെറ്റിലപ്പെട്ടിക്കരികിൽത്തന്നെ.

പകരപ്പദം

പെണ്ണിന്റെ പകരപ്പദമല്ല തോഴി
പണ്ടങ്ങൾ മൂടും പ്രതിമയല്ല
പുലയാട്ട് പോലുള്ള കേളികൾക്കായി
പരതിയലയും പിശാചുമല്ല
വിമതരാക്കി ചിലർ ഭിന്നരാക്കി
വിപ്ലവകാരിയാക്കിയല്ലോ
വണ്ടാക്കി ആറാക്കി വത്സനാക്കി
പേരിട്ടു പൊട്ടിച്ചിരിച്ചിടുന്നു
അനുതാപമെന്തിനു കൂട്ടുകാരെ
തന്മയീഭാവ കരുത്തുപോരെ
അവകാശവാദികളല്ല ഞങ്ങൾ
ആവശ്യത്തിനായി പൊരുതുന്നവർ

സദാചാരപ്പനി

ചുമ വന്നു, കുരയായി
പനി വന്നു കുരുവായി
ഞെട്ടി വിറയ്ക്കുന്നു എൻ കേരളം
ഭരണങ്ങൾ മാറുന്നു
തരുണികൾ ചാകുന്നു
കാരുണ്യമില്ലാത്തൊരീ മണ്ണിലായ്
കാടുകൾ മേടായി
റോഡുകൾ തോടായി
തോട്ടിലോ താമരക്കാലമായി
ആചാരമെല്ലാം സദാചാരമായി
നിയമങ്ങൾ നാട്ടാരു കൊണ്ടുപോയി
പല്ലും നഖവുമായി പെണ്ണും
പുരുഷനും കാലങ്ങളായി പൊരുതീടുന്നു
ഞങ്ങളെ കണ്ടില്ല കണ്ടവർ മിണ്ടീല
മിണ്ടിയവർ പിന്നെ ഓർത്തതേയില്ല
ഞങ്ങൾ തൻ മാംസങ്ങൾ
പച്ചയ്ക്ക് തിന്നുവാൻ
കരടികൾ ചുറ്റും കറങ്ങീടുന്നു
ഇരുളിനെ ചായം പൂശി മിനുക്കി
പൊട്ടിച്ചിരിക്കുന്നു വിഗ്രഹങ്ങൾ

നിളയും പെരിയാറും കളിയാടി
ഒഴുകിയ നാടിന്നു വറ്റിവരണ്ടീടുന്നു
കുറ്റബോധത്തിന്റെ
കറകഴുകീടുവാൻ വെള്ളമുണ്ടാവില്ല
കൂട്ടുകാരെ
കാലം കഴിയുന്നു സമയം തളരുന്നു
ഈ പനി മാറാൻ നേരമായി
മരണത്തിനപ്പുറം ഒരു നീതിയും
നിങ്ങൾ, ഞങ്ങൾക്ക് നല്കേണ്ട
പീഠങ്ങളെ
രക്തവും മജ്ജയും ഉള്ളവർ
ഞങ്ങൾ മനുഷ്യർ, മനുഷ്യർ
മനുഷ്യർ തന്നെ...

ശിഖണ്ഡി

മഹായുദ്ധം നീതീകരിച്ചു
പോരാളിയായി വീരാളിയായി
ജന്മം സഫലമായി
എന്നാൽ നിന്റെ ബാല്യവും
കൗമാരവും യൗവനവും
അനുഭവിക്കുന്നവർ ഞങ്ങൾ
ഭാഗ്യഹീനർ
"സിസ്സിബ്രോ" ഇങ്ങടെ ഒക്കെ
ഒരു കാലം ഐവ!

377

പുംഗവൻ വന്നെന്റെ
ചാരത്തണഞ്ഞു
കൊങ്കത്തടങ്ങൾ പുൽകി
പുണർന്നു
അധരപുടങ്ങളിൽ
മുരളിക ചേർത്തു
രതിമന്മഥനൃത്തം തുടങ്ങി
നാഭിച്ചുഴിയിതിൽ നങ്കൂരമിട്ടു
തംബുരു ഇഴകളിൽ
നാരായം എഴുതി
പ്രാണൻ മടുമലർ നീട്ടി നുകർന്നു
ഠാണാവിൽ നിന്നൊരു
പടയിങ്ങുവന്നു
ജാലകപ്പാളികൾ കൊട്ടിത്തുറന്നു
വിരുദ്ധം വിരുദ്ധം
പ്രകൃതി വിരുദ്ധം എന്നലറി
ലാത്തിയും ജീപ്പും
ഇല്ലേയില്ല ജാമ്യം
നാറ്റക്കേസിതിൽ പിഴയുണ്ട്
മാനക്കേടുണ്ടൊന്ന് വേറെ
മുന്നൂറ്റി എഴുപത്തി ഏഴാണ്
മക്കളേ
സമ്മതല്ല സമ്മതമല്ല

തത്ത

തേടിത്തേടി മടങ്ങി പലരും
തത്തെ നിൻ തനു കണ്ടില്ല.
താടി തടവി തലകൾ മാന്തി,
തമ്പികൾ പലരും വിടവാങ്ങി
തലവന്മാരുടെ തലയോടുകളിൽ
തലവേദനയായ് തീർന്നവളേ...
താഴെയിറങ്ങും മുമ്പേതന്നെ...
തറുതല ചൊല്ലി പോയവളേ...
തുറകളിൽനിന്നും തേരാളികളുടെ
തോണികൾ പലതും വന്നിട്ടും
തപ്പിത്തപ്പി മുങ്ങിത്തപ്പി,
തൂശികൾപോലും കണ്ടില്ല
തേങ്ങ വീണാൽ തുയിലുണരുന്ന,
തൊപ്പിക്കാരൻ പാറാവേ
തുള്ളൽക്കാരുടെ താറാവുകളേ
തഴുകിത്തഴുകി ഉറങ്ങല്ലേ
തുറിക്കണ്ണുമായ് കാത്തിരിക്കും
തള്ളമാരുടെ തൂവാല
തണ്ണീർക്കടലിൽ താഴ്ന്നു വീണത്
തരുണീ നീയും അറിഞ്ഞില്ലേ

വിരണ്ടോടിയ പോത്ത്

ചോപ്പുകണ്ടോടുന്ന പോത്തിനെപ്പോലെ
ഞാൻ കുതറിയോടിയ വെള്ളിയാഴ്ച
മറവിയിലെങ്ങനെ താഴ്ന്നു പോയിടുമാ
മിഴികൾ മരവിച്ച കെട്ടുകാഴ്ച
ഓടിയകന്നു ഞാൻ
പാടവരമ്പിലൂടെങ്ങോട്ടു
പോണമെന്നറിയാതെ..
മൂക്കിൽ വിധിയിട്ട കയറിന്റെ വേദന
അസ്ഥിയിലാകെ ജ്വലിച്ചു പൊന്തി
രക്തം മണക്കുന്ന കത്തിയുമായവർ
നിർദ്ദയമായെന്നെ പിന്തുടർന്നു..
അരുതെന്ന് തേങ്ങിയെൻ മാറ്റൊലികൾ
പക്ഷേ, കേട്ടെന്ന ഭാവം നടിച്ചില്ല
വരണ സ്വാതന്ത്ര്യം ഇല്ലെടാ പോത്തേ
നീയും നമ്മുടെ ഇരയെന്നലറി
ചാടിപ്പിടിച്ചെന്നെ മെരുക്കിയവർ
അറവുശാലയിലേക്കായി നടന്നു പിന്നെ
കരിനീലമിഴികളിൽ ഈറനണിഞ്ഞവൾ
മണിയറ വാതിലിൽ കാത്തുനില്പൂ
നീലിഭൃംഗാദി തേച്ചുമിനുക്കിയ
തലമുടി ചീകി ഒതുക്കിടുന്നു.
മല്ലികപ്പൂക്കളാൽ മാലയും കോർത്തവൾ
കട്ടിലിനരികിൽ ചേർന്നു നിന്നൂ

പൊട്ടിക്കരയുവാൻ പോലുമാകാതെ ഞാൻ
കെട്ടിവരിഞ്ഞെന്റെ നെടുവീർപ്പുകൾ
ഈ ബലിക്കല്ലിൽ പിടയുവാനാണോ
അമ്മേ പാവമീ എന്റെ യോഗം
തോലു പറിച്ചെന്നെ കഷണങ്ങളാക്കി
ചെമ്പിൽ എറിയാൻ തുനിയരുതേ
ആദവും ഹവ്വയും ഒന്നിച്ചു പങ്കിട്ട
കനിയുടെ സ്വാദെനിക്കറിയേണ്ട
പഴകിയതെങ്കിലും പ്രിയനന്നു നല്കിയ
പാഥേയമുണ്ടെന്റെ പശിയടക്കാൻ.

കുറ്റിച്ചൂളാൻ പാടുന്നപോലെ

സന്ധ്യ വളർന്ന് രാത്രിയാകും മുമ്പേ
കന്ദരം ചുവന്നു തുളുമ്പുംനേരം
കവരത്തിലിരുന്ന് കൊത്തിപ്പുണർന്ന്
മദനഭ്രാന്തിയിൽ നീന്തിത്തുടിച്ച്
നിൻപ്രണയ മഞ്ജരിയിൽ അലിയണം.
വല മുറുകുമ്പോൾ തുടിക്കുന്ന കണ്ണുകൾ
നിൻ ആകാശനീലിമയിൽ ത്രസിക്കട്ടെ!
വിരൽ മുനകൊണ്ട് മുറിഞ്ഞ
എൻ ചുഴിയിലാകെ
പുരുഷരസം നിറയട്ടെ!
നീറുന്ന വെയിലിലും ഉതിരുന്ന മഴയിലും
നിനക്കായി പൂത്തുനിന്ന
ഈ പ്രണയരാജമല്ലിക്ക്
കുറ്റിച്ചൂളാനെപ്പോലെ
'പൂവാ പൂവാ'
എന്നുറക്കെപ്പാടണം
മുന്നൂറ്റി എഴുപത്തിയേഴിന്റെ ചട്ടുകം
എനിക്കായി കാലത്തിന്നടുപ്പിൽ
പഴുക്കുന്നുണ്ടാകാം
സദാചാരച്ചിറകുള്ള മേലാളന്മാർ
വട്ടംചുറ്റി എന്നെ കല്ലെറിഞ്ഞേക്കാം

എങ്കിലും കുറ്റിച്ചൂളാനെപ്പോലെ
'പൂവാ പൂവാ' എന്നുറക്കെപ്പാടണം
അപ്പോഴും അവർ കാതുകൾ പൊത്തും
'മരണം മരണം' എന്നലറി
വെറുങ്ങലിച്ചു നില്ക്കും.

എൻഡോസൾഫാൻ

കേവലമൊരുപിടിമണ്ണല്ല
എങ്കിലും പിഞ്ചുജീവനുകൾ
കേവലമാണോ?
ചില്ലുകുടത്തിൽനിന്നും
തറയിൽ വീണ
പൊൻമീനുകളെപ്പോലെ
നെഞ്ചിടിപ്പുകൾ രാജധാനി എക്സ്പ്രസ് പോലെ
അലയടിച്ചു കാണും
ചങ്കും ഇളം മാറിടങ്ങളും
തമ്മിൽ മത്സരിച്ചു കണ്ണുകൾ
അന്ധാളിച്ചു കാണും
തലതല്ലി ആർത്തുകരയുന്ന
മാതൃമനങ്ങൾ നല്കില്ല മാപ്പ്
കേദാരമെല്ലാം ഉഴുതു മറിച്ചും
പ്രാണായാമം കരുതിയ യോഗി
ഒഴുക്കൊന്നു നിലച്ചാൽ
നിലംപതിക്കും പേനകൾ
പൊലിപ്പിച്ച
പ്രണയതാഴികക്കുടം
ഒരു ഹെലികോപ്ടർ കിട്ടിയിരുന്നെങ്കിൽ പക്ഷേ
എൻഡോസൾഫാൻ നിരോധിച്ചല്ലോ!

---

1. യു പി യിൽ പ്രാണവായു ലഭിക്കാതെ പിഞ്ചുകുഞ്ഞുങ്ങൾ മരിച്ച സംഭവം
2. യോഗ സമ്മേളനത്തിനായി യമുനാതീരം മലിനമാക്കിയത്
3. താജ്മഹൽ

ഭ്രാന്തിപ്പുഴ

കാലമേ നിന്റെ പോർ വിമാനങ്ങൾ
എത്ര എന്നിലെറിഞ്ഞാലും
വൈജാത്യങ്ങളുടെ സങ്കീർണ്ണതകളെ
സങ്കീർത്തനങ്ങളാക്കിയവൾ ഞാൻ
പിഞ്ചു കുഞ്ഞിനുപോലും സമ്മാനിക്കാതെ
പകുത്തുവച്ച ചുടുമുകുളങ്ങൾ
ചിതൽമാറ്റി അന്ത്യ ചുംബനങ്ങളായ്
പ്രിയനേ നിന്റെ വിയർക്കാത്ത നെറ്റിയിൽ തൂകുന്നു
അറേബ്യൻ ഊതും നിറ ചഷകങ്ങളും എന്തിന്
നിത്യസുഗന്ധിയായി പ്രണയമെന്ന ലഹരി എന്നിലുള്ളപ്പോൾ
മോർച്ചറിയിലെ രതിചപലങ്ങളിലേക്ക്
നിന്നെ ഞാൻ പിന്തുടരുമ്പോൾ
വിറപൂണ്ടു നീ ഒന്നുറക്കെ നിലവിളിക്കാൻ കഴിയാതെ
ഇലയിൽ പേടിച്ചുറങ്ങും
മതിവരാത്ത ഭ്രമരമായി ഉറുമ്പരിച്ച നിന്റെ
കേസരക്കുമ്പിൾ ഞാനെന്റെ അധരപുടങ്ങൾ ചേർത്തുവയ്ക്കും
കത്രികയും ചുറ്റികയും നിന്നെ വിചാരണ ചെയ്യുമ്പോൾ
എന്റെ പേരു പറയാൻ കഴിയാതെ നീ കുഴയും.
മഴയിലുണർന്ന് ഒഴുകി ദിശമാറ്റി ഒഴുകി
ഭ്രാന്തിപ്പുഴയായ് നിന്നെ കാർന്നുകവർന്ന്
കിനാവള്ളിയായ് ഞാൻ പൊട്ടിച്ചിരിക്കും

ശവരതിയാണ് വിഷയം

ഉന്മാദിനിയായ് പെൺകുതിരപോലെ
മണ്ണോട് ചേർന്നുറങ്ങണ്ട
ചിതയോടും തീയോടും
പ്രേമകവനങ്ങൾ പാടണ്ട
നീയെന്റെയാണ് എന്റേതുമാത്രമാണ്
ഇങ്ങനെകിടന്നാൽ മതിയോ?

ജനമൃതികൾ

തീൻമേശയിലെ
പൊരിച്ച മത്സ്യങ്ങളുടെ ലിംഗം
നമ്മെ അലോസരപ്പെടുത്താറില്ല
അവർ ആണാകുന്നു പെണ്ണാകുന്നു
ആണും പെണ്ണും അല്ലാതെയാകുന്നു
ജനമൃതിയുടെ കണക്ക് പുസ്തകങ്ങൾ പോലുമറിയാതെ
വറുത്തുകോരുമ്പോഴും
പുളിയിട്ട് വറ്റിച്ചു വിളമ്പി
ചെമ്പാവരിച്ചോറ് കുഴച്ചുരുട്ടി വയറ് നിറയ്ക്കുമ്പോഴും
നാം അതു നിനയ്ക്കാറില്ല
അപ്പോഴും നമ്മിലെ
അസ്തിത്വത്തിന്റെ ദിശാബോധങ്ങൾ
തൊണ്ടയിൽ തറച്ചിറങ്ങുന്ന
മള്ളുകളാകുന്നു
ഏട്ടത്തലപോലെ!

ശ്ലഥബിംബം

പെണ്ണു കാണാൻ പോയി
തമ്മിൽ മിണ്ടി
ഇഷ്ടമായി
ശ്ലഥബിംബം!
????????????

ഇഷ്ടപ്പെട്ടത്
പെണ്ണിനെയല്ല
ആങ്ങളയെ
വിരലുകളെല്ലാം
ഒരുപോലെയല്ലല്ലോ
എന്നിട്ടും തുടരുന്നു
മനസ്സുകൾ ചേരാത്ത മാമാങ്കങ്ങൾ!

അർദ്ധനാരി

അർദ്ധനാരീശ്വരൻ
പൂർണ്ണതയുടെ
കരഘോഷങ്ങളിൽ
വാഴ്ത്തപ്പെടുന്നു

അർദ്ധനാരികൾ
അപൂർണ്ണതയുടെ
ചതുപ്പുകളിൽ
താഴ്ത്തപ്പെടുന്നു

ദേവൻ വിളങ്ങുന്നു
മർത്ത്യൻ എരിയുന്നു
ഇവർക്കിടയിലെവിടെയോ
നീതി തൂങ്ങിമരിക്കുന്നു

ദൈവമായി പുനർജ്ജനിച്ചാൽ
ജന്മം സഫലമാകുമോ
രാത്രികൾക്കൊപ്പം സുന്ദരസ്വപ്നങ്ങൾ
കണ്ടുറങ്ങാൻ ആകുമോ!

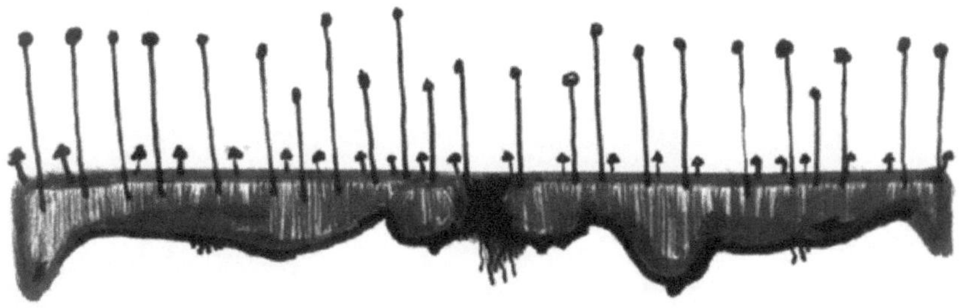

അനുരാഗി

ആണായിരുന്നപ്പോഴും
പെണ്ണായപ്പോഴും
ഞാൻ ആണിനെ
പ്രണയിച്ചു
അന്ന് ഞാൻ
നിങ്ങൾക്ക് രോഗി
ഇന്നോ രാഗി
എന്നാൽ ഞാനെന്നും
അനുരാഗി!

മനുഷ്യപുത്രി

എന്റെ മരണവും മരണാനന്തരവും എന്നെ ഒരുപോലെ
വേവലാതിപ്പെടുത്തുന്നു
ശ്വാസമറ്റുവീഴുന്നത് ഏതോ മെത്തയിലെങ്കിലും
പ്രേതം ലോകം കാൺവതു
മറ്റേതോ വിജന നിഗൂഢതയിലാകും

ചേതനയറ്റ ആദ്യ മണിക്കൂറുകളിൽ മാധ്യമങ്ങളുടെ
തലക്കെട്ടുകളിൽ ഞാൻ നിറഞ്ഞാടും

ഉച്ചയൊടുങ്ങവേ
രവി യാത്ര പറയവെ, തെരുവുകളിൽ പുരുഷാരം
എന്റെ വലിയ ചിത്രങ്ങളിൽ പുഷ്പശതം ചൊരിയും
എന്റെ ഓർമ്മകളിൽ മെഴുകുതിരികൾ എരിയും
അപ്പോഴും ഞാൻ അനാഥത്വത്തിന്റെ പഴയ മേശയിൽ
വിചാരണ കാത്തുകിടക്കുന്നുണ്ടാകും.

ഒടുവിൽ തുന്നിക്കെട്ടിയ
മാംസക്കഷണമായി
പൊതുശ്മശാനത്തിലേക്ക്

ഞാൻ...
നവോത്ഥാനനായകന്മാരും
കൊടികളും ഒരുപോലെ മറന്ന ഞാൻ

എന്റെ പേര്
“ട്രാൻസ്ജെന്റർ”
നിങ്ങൾ ഭിന്നലിംഗക്കാരി എന്ന് വിളിച്ച മനുഷ്യപുത്രി

വയറ്റാട്ടി

"ഇതൊന്നും ഇവിടെ പറ്റില്ല,
ഇത് കേരളം,
ഇവിടെ ആണും പെണ്ണും മാത്രം മതി."
സദാ 'ജാര'ന്റെ ഗർജ്ജനം കേട്ട്
പല്ലില്ലാത്തൊരു ചിരി മുഴങ്ങി
ആ മുത്തി ആര്?
"വയറ്റാട്ടി....."
അല്ലാതെ വേറെയാര്!

പാടുകൾ

നിന്റെ കണ്ണട
ഞാൻ ധരിച്ചിട്ടും
നീ എന്നിൽ
കണ്ട ഭിന്നത
ഞാൻ നിന്നിൽ കണ്ടില്ലല്ലോ

കുഴപ്പം കണ്ണടയ്ക്കോ
അതോ
കാഴ്ചപ്പാടുകൾക്കോ!

പ്രളയമഞ്ജരി

ആണായി പെണ്ണായി
അവർ മനുഷ്യരാകാൻ മറന്നുപോയി
ഇന്നു മുതൽ മരണം വരെയെന്നോതിക്കൊടുത്തിട്ടും
മകരം വരെ ചുരുക്കി
ചന്ദ്രഹാസം ഇളക്കി
ആഗസ്ത് മുതൽ ആഗസ്ത് വരെയെന്നറിയാതെ
മഞ്ച പോലും ഒരുക്കാതെ
മണ്ണിന്റെ മഞ്ജരിയിലേക്കലിയുന്നു
നോട്ടങ്ങളാൽ ചൂഴ്ന്നും കല്ലെറിഞ്ഞും
കരഘോഷങ്ങളിൽ ആടി
ഒടുവിൽ ആറടിപോലുമില്ലാതെ
പ്രപഞ്ചത്തിന്റെ പകയിൽ പുകഞ്ഞുതീരുന്നു
പ്രളയം കൊണ്ടും പഠിക്കാത്തവരെ,
നിങ്ങളെക്കണ്ട് നരകത്തിന്റെ കവാടങ്ങൾ വിറയ്ക്കുന്നു
നരഭോജികളെ, വാനവും ഭൂമിയും നിങ്ങൾക്കിണങ്ങില്ല!

ബൃഹന്ദള

മക്കൾ പ്രതിഭയായ് പട്ടം കെട്ടുംവരെ
കണ്ണിൽ ഗുരുവായും
ആളും അരങ്ങും ഒഴിഞ്ഞു കഴിഞ്ഞാൽ
കണ്ണിൽ കുരുവായും
മിന്നിമറയുന്ന കലാനികേതം

മുദ്രകൾ താളമേളങ്ങളുടെ അപസ്വരങ്ങളാകുന്നു
എത്രയോ 'ഉർവ്വശീ ശാപങ്ങൾ'
ഉപകാരമാകാതെ ഉലയിൽ ഉരുകി ഉറയ്ക്കുന്നു

അംഗചലനങ്ങൾ നയനദീപികകൾ
രതിയുടെ നരകയാതനയിൽ എരിയുന്ന
കനൽമന്ത്രമായി പരിണമിക്കുന്നു

ശാപമോക്ഷം വിലക്കുന്നു
ദ്വന്ദ്വരാജ്യത്തെ മേൽക്കോയ്മകൾ

മദനന് മടുക്കുന്നു, ദേവൻ മടിക്കുന്നു
ഉടയാതെ കാക്കുന്നു കാലം

പതക്കത്തിന് പ്രതിഫലം പ്രഹരമെന്നോണം
ഇന്നും പരിഹസിക്കപ്പെടുന്നു
നൃത്തം പഠിപ്പിക്കും ബൃഹന്ദളമാർ!

ആയിരം ജന്മങ്ങൾ

മലയാളമേ നിന്റെ മണിവീണയിൽ
താളക്കമ്പികൾ ഭിന്നമാണോ...
ആയിരം ജന്മങ്ങൾ നിഷ്പ്രഭരാകും
അനീതി എന്തിന് മമമൊഴിയെ..
അമ്മയാം നിന്റെ ഉദരത്തിൽനിന്നും
പിറന്നവരല്ലേ ഈ ഞങ്ങളും
എന്നിട്ടുമെന്തേ ഈ അയിത്തം
മക്കളല്ലേ നിന്റെ ചോരയല്ലേ
വിശ്വാസങ്ങളെ മുറുകെ പിടിച്ചപ്പോൾ
നിശ്വാസങ്ങൾ തളർന്നു വീണു.
തല്ലിക്കെടുത്തി മാനവഹൃദയങ്ങൾ
മാനംകെടുത്തി നീ മലയാളമേ...
തെരുവിന്റെ ചട്ടിയിൽ നീ എറിഞ്ഞു
തൊലി ഉരിഞ്ഞു കായം പുരട്ടി
ഭാഷയാം എണ്ണയിൽ വറുത്തുകോരി
തൂക്കുകയർ കൊണ്ടു വരിഞ്ഞു കെട്ടി
അക്ഷരമാലയെ വളച്ചൊതുക്കി
കശ്മലകരങ്ങളാൽ നീ ഞെരുക്കി
കിങ്കരന്മാരുടെ നിർമ്മിതിക്കുള്ളിൽ
ചാകില്ല സഹജർ ഓർക്കുക നീ
ദന്തഗോപുരത്തിൽനിന്നും നീ ഇറങ്ങൂ
ദ്വന്ദ്വകുടങ്ങൾ വലിച്ചെറിയൂ
ഏഴു നിറങ്ങൾ കൊണ്ടൊരാട തുന്നി
ആനന്ദ നൃത്തം ആടുപെണ്ണേ.

തണൽ

എല്ലാ മരങ്ങളും
കായ്ക്കാറില്ല
ചിലത് തണലാകുന്നു
എന്നിട്ടും
ആത്മവരനോട് പുച്ഛം
മലയാളി ടാ!

9 789386 637796

Printed by Libri Plureos GmbH in Hamburg,
Germany